%&@#
I Can't
REMEMBER

A PASSWORD TRACKER

This Tracker belongs to:

____

Phone Number:

____

A

WEBSITE ____________________

USERNAME ____________________

PASSWORD ____________________

NOTES ____________________

____

WEBSITE ____________________

USERNAME ____________________

PASSWORD ____________________

NOTES ____________________

____

WEBSITE ____________________

USERNAME ____________________

PASSWORD ____________________

NOTES ____________________

____

A

WEBSITE ______________________________

USERNAME ______________________________

PASSWORD ______________________________

NOTES ______________________________

____

WEBSITE ______________________________

USERNAME ______________________________

PASSWORD ______________________________

NOTES ______________________________

____

WEBSITE ______________________________

USERNAME ______________________________

PASSWORD ______________________________

NOTES ______________________________

____

WEBSITE ______________________________

USERNAME ______________________________

PASSWORD ______________________________

NOTES ______________________________

____

WEBSITE ______________________________

USERNAME ______________________________

PASSWORD ______________________________

NOTES ______________________________

____

WEBSITE ______________________________

USERNAME ______________________________

PASSWORD ______________________________

NOTES ______________________________

____

A

WEBSITE ______________________________

USERNAME ______________________________

PASSWORD ______________________________

NOTES ______________________________

____

WEBSITE ______________________________

USERNAME ______________________________

PASSWORD ______________________________

NOTES ______________________________

____

WEBSITE ______________________________

USERNAME ______________________________

PASSWORD ______________________________

NOTES ______________________________

____

B

WEBSITE ______________________________

USERNAME ______________________________

PASSWORD ______________________________

NOTES ______________________________

____

WEBSITE ______________________________

USERNAME ______________________________

PASSWORD ______________________________

NOTES ______________________________

____

WEBSITE ______________________________

USERNAME ______________________________

PASSWORD ______________________________

NOTES ______________________________

____

B

WEBSITE ____________________

USERNAME ____________________

PASSWORD ____________________

NOTES ____________________

____

WEBSITE ____________________

USERNAME ____________________

PASSWORD ____________________

NOTES ____________________

____

WEBSITE ____________________

USERNAME ____________________

PASSWORD ____________________

NOTES ____________________

____

B

WEBSITE ____________________

USERNAME ____________________

PASSWORD ____________________

NOTES ____________________

____

WEBSITE ____________________

USERNAME ____________________

PASSWORD ____________________

NOTES ____________________

____

WEBSITE ____________________

USERNAME ____________________

PASSWORD ____________________

NOTES ____________________

____

B

WEBSITE ______________________________

USERNAME ______________________________

PASSWORD ______________________________

NOTES ______________________________

____

WEBSITE ______________________________

USERNAME ______________________________

PASSWORD ______________________________

NOTES ______________________________

____

WEBSITE ______________________________

USERNAME ______________________________

PASSWORD ______________________________

NOTES ______________________________

____

C

WEBSITE ______________________________

USERNAME ______________________________

PASSWORD ______________________________

NOTES ______________________________

____

WEBSITE ______________________________

USERNAME ______________________________

PASSWORD ______________________________

NOTES ______________________________

____

WEBSITE ______________________________

USERNAME ______________________________

PASSWORD ______________________________

NOTES ______________________________

____

C

WEBSITE ______________________________

USERNAME ______________________________

PASSWORD ______________________________

NOTES ______________________________

____

WEBSITE ______________________________

USERNAME ______________________________

PASSWORD ______________________________

NOTES ______________________________

____

WEBSITE ______________________________

USERNAME ______________________________

PASSWORD ______________________________

NOTES ______________________________

____

C

WEBSITE ____________________

USERNAME ____________________

PASSWORD ____________________

NOTES ____________________

____

WEBSITE ____________________

USERNAME ____________________

PASSWORD ____________________

NOTES ____________________

____

WEBSITE ____________________

USERNAME ____________________

PASSWORD ____________________

NOTES ____________________

____

C

WEBSITE ______________________________

USERNAME ______________________________

PASSWORD ______________________________

NOTES ______________________________

____

WEBSITE ______________________________

USERNAME ______________________________

PASSWORD ______________________________

NOTES ______________________________

____

WEBSITE ______________________________

USERNAME ______________________________

PASSWORD ______________________________

NOTES ______________________________

____

D

WEBSITE ______________________________

USERNAME ______________________________

PASSWORD ______________________________

NOTES ______________________________

____

WEBSITE ______________________________

USERNAME ______________________________

PASSWORD ______________________________

NOTES ______________________________

____

WEBSITE ______________________________

USERNAME ______________________________

PASSWORD ______________________________

NOTES ______________________________

____

D

WEBSITE ______________________________

USERNAME ______________________________

PASSWORD ______________________________

NOTES ______________________________

____

WEBSITE ______________________________

USERNAME ______________________________

PASSWORD ______________________________

NOTES ______________________________

____

WEBSITE ______________________________

USERNAME ______________________________

PASSWORD ______________________________

NOTES ______________________________

____

D

WEBSITE ____________________

USERNAME ____________________

PASSWORD ____________________

NOTES ____________________

____

WEBSITE ____________________

USERNAME ____________________

PASSWORD ____________________

NOTES ____________________

____

WEBSITE ____________________

USERNAME ____________________

PASSWORD ____________________

NOTES ____________________

____

WEBSITE ______________________________

USERNAME ______________________________

PASSWORD ______________________________

NOTES ______________________________

____

WEBSITE ______________________________

USERNAME ______________________________

PASSWORD ______________________________

NOTES ______________________________

____

WEBSITE ______________________________

USERNAME ______________________________

PASSWORD ______________________________

NOTES ______________________________

____

E

WEBSITE ______________________________

USERNAME ______________________________

PASSWORD ______________________________

NOTES ______________________________

____

WEBSITE ______________________________

USERNAME ______________________________

PASSWORD ______________________________

NOTES ______________________________

____

WEBSITE ______________________________

USERNAME ______________________________

PASSWORD ______________________________

NOTES ______________________________

____

WEBSITE ______________________________

USERNAME ______________________________

PASSWORD ______________________________

NOTES ______________________________

____

WEBSITE ______________________________

USERNAME ______________________________

PASSWORD ______________________________

NOTES ______________________________

____

WEBSITE ______________________________

USERNAME ______________________________

PASSWORD ______________________________

NOTES ______________________________

____

E

WEBSITE ______________________________

USERNAME ______________________________

PASSWORD ______________________________

NOTES ______________________________

____

WEBSITE ______________________________

USERNAME ______________________________

PASSWORD ______________________________

NOTES ______________________________

____

WEBSITE ______________________________

USERNAME ______________________________

PASSWORD ______________________________

NOTES ______________________________

____

WEBSITE ______________________________

USERNAME ______________________________

PASSWORD ______________________________

NOTES ______________________________

____

WEBSITE ______________________________

USERNAME ______________________________

PASSWORD ______________________________

NOTES ______________________________

____

WEBSITE ______________________________

USERNAME ______________________________

PASSWORD ______________________________

NOTES ______________________________

____

F

WEBSITE ______________________________

USERNAME ______________________________

PASSWORD ______________________________

NOTES ______________________________

____

WEBSITE ______________________________

USERNAME ______________________________

PASSWORD ______________________________

NOTES ______________________________

____

WEBSITE ______________________________

USERNAME ______________________________

PASSWORD ______________________________

NOTES ______________________________

____

F

WEBSITE ______________________________

USERNAME ______________________________

PASSWORD ______________________________

NOTES ______________________________

____

WEBSITE ______________________________

USERNAME ______________________________

PASSWORD ______________________________

NOTES ______________________________

____

WEBSITE ______________________________

USERNAME ______________________________

PASSWORD ______________________________

NOTES ______________________________

____

F

WEBSITE ______________________________

USERNAME ______________________________

PASSWORD ______________________________

NOTES ______________________________

____

WEBSITE ______________________________

USERNAME ______________________________

PASSWORD ______________________________

NOTES ______________________________

____

WEBSITE ______________________________

USERNAME ______________________________

PASSWORD ______________________________

NOTES ______________________________

____

F

WEBSITE ______________________________

USERNAME ______________________________

PASSWORD ______________________________

NOTES ______________________________

____

WEBSITE ______________________________

USERNAME ______________________________

PASSWORD ______________________________

NOTES ______________________________

____

WEBSITE ______________________________

USERNAME ______________________________

PASSWORD ______________________________

NOTES ______________________________

____

G

WEBSITE ________________________________

USERNAME ________________________________

PASSWORD ________________________________

NOTES ________________________________

____

WEBSITE ________________________________

USERNAME ________________________________

PASSWORD ________________________________

NOTES ________________________________

____

WEBSITE ________________________________

USERNAME ________________________________

PASSWORD ________________________________

NOTES ________________________________

____

WEBSITE ____________________________________

USERNAME ____________________________________

PASSWORD ____________________________________

NOTES ____________________________________

____

WEBSITE ____________________________________

USERNAME ____________________________________

PASSWORD ____________________________________

NOTES ____________________________________

____

WEBSITE ____________________________________

USERNAME ____________________________________

PASSWORD ____________________________________

NOTES ____________________________________

____

G

WEBSITE ______________________________

USERNAME ______________________________

PASSWORD ______________________________

NOTES ______________________________

____

WEBSITE ______________________________

USERNAME ______________________________

PASSWORD ______________________________

NOTES ______________________________

____

WEBSITE ______________________________

USERNAME ______________________________

PASSWORD ______________________________

NOTES ______________________________

____

WEBSITE ________________________________

USERNAME ________________________________

PASSWORD ________________________________

NOTES ________________________________

____

WEBSITE ________________________________

USERNAME ________________________________

PASSWORD ________________________________

NOTES ________________________________

____

WEBSITE ________________________________

USERNAME ________________________________

PASSWORD ________________________________

NOTES ________________________________

____

H

WEBSITE ______________________________

USERNAME ______________________________

PASSWORD ______________________________

NOTES ______________________________

____

WEBSITE ______________________________

USERNAME ______________________________

PASSWORD ______________________________

NOTES ______________________________

____

WEBSITE ______________________________

USERNAME ______________________________

PASSWORD ______________________________

NOTES ______________________________

____

H

WEBSITE ______________________________

USERNAME ______________________________

PASSWORD ______________________________

NOTES ______________________________

____

WEBSITE ______________________________

USERNAME ______________________________

PASSWORD ______________________________

NOTES ______________________________

____

WEBSITE ______________________________

USERNAME ______________________________

PASSWORD ______________________________

NOTES ______________________________

____

H

WEBSITE ______________________________

USERNAME ______________________________

PASSWORD ______________________________

NOTES ______________________________

____

WEBSITE ______________________________

USERNAME ______________________________

PASSWORD ______________________________

NOTES ______________________________

____

WEBSITE ______________________________

USERNAME ______________________________

PASSWORD ______________________________

NOTES ______________________________

____

H

WEBSITE ______________________________

USERNAME ______________________________

PASSWORD ______________________________

NOTES ______________________________

____

WEBSITE ______________________________

USERNAME ______________________________

PASSWORD ______________________________

NOTES ______________________________

____

WEBSITE ______________________________

USERNAME ______________________________

PASSWORD ______________________________

NOTES ______________________________

____

I

WEBSITE ______________________________

USERNAME ______________________________

PASSWORD ______________________________

NOTES ______________________________

____

WEBSITE ______________________________

USERNAME ______________________________

PASSWORD ______________________________

NOTES ______________________________

____

WEBSITE ______________________________

USERNAME ______________________________

PASSWORD ______________________________

NOTES ______________________________

____

I

WEBSITE ______________________________

USERNAME ______________________________

PASSWORD ______________________________

NOTES ______________________________

____

WEBSITE ______________________________

USERNAME ______________________________

PASSWORD ______________________________

NOTES ______________________________

____

WEBSITE ______________________________

USERNAME ______________________________

PASSWORD ______________________________

NOTES ______________________________

____

I

WEBSITE ______________________________

USERNAME ______________________________

PASSWORD ______________________________

NOTES ______________________________

____

WEBSITE ______________________________

USERNAME ______________________________

PASSWORD ______________________________

NOTES ______________________________

____

WEBSITE ______________________________

USERNAME ______________________________

PASSWORD ______________________________

NOTES ______________________________

____

I

WEBSITE ________________________________

USERNAME ________________________________

PASSWORD ________________________________

NOTES ________________________________

____

WEBSITE ________________________________

USERNAME ________________________________

PASSWORD ________________________________

NOTES ________________________________

____

WEBSITE ________________________________

USERNAME ________________________________

PASSWORD ________________________________

NOTES ________________________________

____

J

WEBSITE ________________________________

USERNAME ________________________________

PASSWORD ________________________________

NOTES ________________________________

____

WEBSITE ________________________________

USERNAME ________________________________

PASSWORD ________________________________

NOTES ________________________________

____

WEBSITE ________________________________

USERNAME ________________________________

PASSWORD ________________________________

NOTES ________________________________

____

WEBSITE ___

USERNAME ___

PASSWORD ___

NOTES ___

___

WEBSITE ___

USERNAME ___

PASSWORD ___

NOTES ___

___

WEBSITE ___

USERNAME ___

PASSWORD ___

NOTES ___

___

J

WEBSITE ____________________

USERNAME ____________________

PASSWORD ____________________

NOTES ____________________

____

WEBSITE ____________________

USERNAME ____________________

PASSWORD ____________________

NOTES ____________________

____

WEBSITE ____________________

USERNAME ____________________

PASSWORD ____________________

NOTES ____________________

____

WEBSITE ______________________________

USERNAME ______________________________

PASSWORD ______________________________

NOTES ______________________________

____

WEBSITE ______________________________

USERNAME ______________________________

PASSWORD ______________________________

NOTES ______________________________

____

WEBSITE ______________________________

USERNAME ______________________________

PASSWORD ______________________________

NOTES ______________________________

____

K

WEBSITE ______________________________

USERNAME ______________________________

PASSWORD ______________________________

NOTES ______________________________

____

WEBSITE ______________________________

USERNAME ______________________________

PASSWORD ______________________________

NOTES ______________________________

____

WEBSITE ______________________________

USERNAME ______________________________

PASSWORD ______________________________

NOTES ______________________________

____

K

WEBSITE ________________________________

USERNAME ________________________________

PASSWORD ________________________________

NOTES ________________________________

____

WEBSITE ________________________________

USERNAME ________________________________

PASSWORD ________________________________

NOTES ________________________________

____

WEBSITE ________________________________

USERNAME ________________________________

PASSWORD ________________________________

NOTES ________________________________

____

K

WEBSITE ______________________________

USERNAME ______________________________

PASSWORD ______________________________

NOTES ______________________________

____

WEBSITE ______________________________

USERNAME ______________________________

PASSWORD ______________________________

NOTES ______________________________

____

WEBSITE ______________________________

USERNAME ______________________________

PASSWORD ______________________________

NOTES ______________________________

____

K

WEBSITE ______________________________

USERNAME ______________________________

PASSWORD ______________________________

NOTES ______________________________

____

WEBSITE ______________________________

USERNAME ______________________________

PASSWORD ______________________________

NOTES ______________________________

____

WEBSITE ______________________________

USERNAME ______________________________

PASSWORD ______________________________

NOTES ______________________________

____

L

WEBSITE ______________________________

USERNAME ______________________________

PASSWORD ______________________________

NOTES ______________________________

____

WEBSITE ______________________________

USERNAME ______________________________

PASSWORD ______________________________

NOTES ______________________________

____

WEBSITE ______________________________

USERNAME ______________________________

PASSWORD ______________________________

NOTES ______________________________

____

WEBSITE ______________________________

USERNAME ______________________________

PASSWORD ______________________________

NOTES ______________________________

____

WEBSITE ______________________________

USERNAME ______________________________

PASSWORD ______________________________

NOTES ______________________________

____

WEBSITE ______________________________

USERNAME ______________________________

PASSWORD ______________________________

NOTES ______________________________

____

L

WEBSITE ______________________________

USERNAME ______________________________

PASSWORD ______________________________

NOTES ______________________________

____

WEBSITE ______________________________

USERNAME ______________________________

PASSWORD ______________________________

NOTES ______________________________

____

WEBSITE ______________________________

USERNAME ______________________________

PASSWORD ______________________________

NOTES ______________________________

____

L

WEBSITE ______________________________

USERNAME ______________________________

PASSWORD ______________________________

NOTES ______________________________

____

WEBSITE ______________________________

USERNAME ______________________________

PASSWORD ______________________________

NOTES ______________________________

____

WEBSITE ______________________________

USERNAME ______________________________

PASSWORD ______________________________

NOTES ______________________________

____

M

WEBSITE ________________________________

USERNAME ________________________________

PASSWORD ________________________________

NOTES ________________________________

____

WEBSITE ________________________________

USERNAME ________________________________

PASSWORD ________________________________

NOTES ________________________________

____

WEBSITE ________________________________

USERNAME ________________________________

PASSWORD ________________________________

NOTES ________________________________

____

M

WEBSITE ______________________________

USERNAME ______________________________

PASSWORD ______________________________

NOTES ______________________________

____

WEBSITE ______________________________

USERNAME ______________________________

PASSWORD ______________________________

NOTES ______________________________

____

WEBSITE ______________________________

USERNAME ______________________________

PASSWORD ______________________________

NOTES ______________________________

____

M

WEBSITE ________________________________

USERNAME ________________________________

PASSWORD ________________________________

NOTES ________________________________

____

WEBSITE ________________________________

USERNAME ________________________________

PASSWORD ________________________________

NOTES ________________________________

____

WEBSITE ________________________________

USERNAME ________________________________

PASSWORD ________________________________

NOTES ________________________________

____

M

WEBSITE ______________________________

USERNAME ______________________________

PASSWORD ______________________________

NOTES ______________________________

____

WEBSITE ______________________________

USERNAME ______________________________

PASSWORD ______________________________

NOTES ______________________________

____

WEBSITE ______________________________

USERNAME ______________________________

PASSWORD ______________________________

NOTES ______________________________

____

N

WEBSITE ______________________________

USERNAME ______________________________

PASSWORD ______________________________

NOTES ______________________________

____

WEBSITE ______________________________

USERNAME ______________________________

PASSWORD ______________________________

NOTES ______________________________

____

WEBSITE ______________________________

USERNAME ______________________________

PASSWORD ______________________________

NOTES ______________________________

____

WEBSITE ______________________

USERNAME ______________________

PASSWORD ______________________

NOTES ______________________

____

WEBSITE ______________________

USERNAME ______________________

PASSWORD ______________________

NOTES ______________________

____

WEBSITE ______________________

USERNAME ______________________

PASSWORD ______________________

NOTES ______________________

____

N

WEBSITE ______________________________

USERNAME ______________________________

PASSWORD ______________________________

NOTES ______________________________

____

WEBSITE ______________________________

USERNAME ______________________________

PASSWORD ______________________________

NOTES ______________________________

____

WEBSITE ______________________________

USERNAME ______________________________

PASSWORD ______________________________

NOTES ______________________________

____

N

WEBSITE ______________________________

USERNAME ______________________________

PASSWORD ______________________________

NOTES ______________________________

____

WEBSITE ______________________________

USERNAME ______________________________

PASSWORD ______________________________

NOTES ______________________________

____

WEBSITE ______________________________

USERNAME ______________________________

PASSWORD ______________________________

NOTES ______________________________

____

O

WEBSITE ______________________________

USERNAME ______________________________

PASSWORD ______________________________

NOTES ______________________________

____

WEBSITE ______________________________

USERNAME ______________________________

PASSWORD ______________________________

NOTES ______________________________

____

WEBSITE ______________________________

USERNAME ______________________________

PASSWORD ______________________________

NOTES ______________________________

____

WEBSITE ______________________________

USERNAME ______________________________

PASSWORD ______________________________

NOTES ______________________________

____

WEBSITE ______________________________

USERNAME ______________________________

PASSWORD ______________________________

NOTES ______________________________

____

WEBSITE ______________________________

USERNAME ______________________________

PASSWORD ______________________________

NOTES ______________________________

____

O

WEBSITE ______________________________

USERNAME ______________________________

PASSWORD ______________________________

NOTES ______________________________

____

WEBSITE ______________________________

USERNAME ______________________________

PASSWORD ______________________________

NOTES ______________________________

____

WEBSITE ______________________________

USERNAME ______________________________

PASSWORD ______________________________

NOTES ______________________________

____

O

WEBSITE ______________________________

USERNAME ______________________________

PASSWORD ______________________________

NOTES ______________________________

____

WEBSITE ______________________________

USERNAME ______________________________

PASSWORD ______________________________

NOTES ______________________________

____

WEBSITE ______________________________

USERNAME ______________________________

PASSWORD ______________________________

NOTES ______________________________

____

P

WEBSITE ____________________

USERNAME ____________________

PASSWORD ____________________

NOTES ____________________

____

WEBSITE ____________________

USERNAME ____________________

PASSWORD ____________________

NOTES ____________________

____

WEBSITE ____________________

USERNAME ____________________

PASSWORD ____________________

NOTES ____________________

____

P

WEBSITE ________________________________

USERNAME ________________________________

PASSWORD ________________________________

NOTES ________________________________

____

WEBSITE ________________________________

USERNAME ________________________________

PASSWORD ________________________________

NOTES ________________________________

____

WEBSITE ________________________________

USERNAME ________________________________

PASSWORD ________________________________

NOTES ________________________________

____

P

WEBSITE ________________________________

USERNAME ________________________________

PASSWORD ________________________________

NOTES ________________________________

____

WEBSITE ________________________________

USERNAME ________________________________

PASSWORD ________________________________

NOTES ________________________________

____

WEBSITE ________________________________

USERNAME ________________________________

PASSWORD ________________________________

NOTES ________________________________

____

P

WEBSITE ____________________________________

USERNAME __________________________________

PASSWORD __________________________________

NOTES ____________________________________

____

WEBSITE ____________________________________

USERNAME __________________________________

PASSWORD __________________________________

NOTES ____________________________________

____

WEBSITE ____________________________________

USERNAME __________________________________

PASSWORD __________________________________

NOTES ____________________________________

____

Q

WEBSITE ________________________________

USERNAME ________________________________

PASSWORD ________________________________

NOTES ________________________________

____

WEBSITE ________________________________

USERNAME ________________________________

PASSWORD ________________________________

NOTES ________________________________

____

WEBSITE ________________________________

USERNAME ________________________________

PASSWORD ________________________________

NOTES ________________________________

____

Q

WEBSITE ______________________________

USERNAME ______________________________

PASSWORD ______________________________

NOTES ______________________________

____

WEBSITE ______________________________

USERNAME ______________________________

PASSWORD ______________________________

NOTES ______________________________

____

WEBSITE ______________________________

USERNAME ______________________________

PASSWORD ______________________________

NOTES ______________________________

____

Q

WEBSITE ______________________________

USERNAME ______________________________

PASSWORD ______________________________

NOTES ______________________________

____

WEBSITE ______________________________

USERNAME ______________________________

PASSWORD ______________________________

NOTES ______________________________

____

WEBSITE ______________________________

USERNAME ______________________________

PASSWORD ______________________________

NOTES ______________________________

____

Q

WEBSITE ____________________

USERNAME ____________________

PASSWORD ____________________

NOTES ____________________

____

WEBSITE ____________________

USERNAME ____________________

PASSWORD ____________________

NOTES ____________________

____

WEBSITE ____________________

USERNAME ____________________

PASSWORD ____________________

NOTES ____________________

____

R

WEBSITE ______________________________

USERNAME ______________________________

PASSWORD ______________________________

NOTES ______________________________

____

WEBSITE ______________________________

USERNAME ______________________________

PASSWORD ______________________________

NOTES ______________________________

____

WEBSITE ______________________________

USERNAME ______________________________

PASSWORD ______________________________

NOTES ______________________________

____

WEBSITE ________________________________

USERNAME ________________________________

PASSWORD ________________________________

NOTES ________________________________

____

WEBSITE ________________________________

USERNAME ________________________________

PASSWORD ________________________________

NOTES ________________________________

____

WEBSITE ________________________________

USERNAME ________________________________

PASSWORD ________________________________

NOTES ________________________________

____

R

WEBSITE ______________________________

USERNAME ______________________________

PASSWORD ______________________________

NOTES ______________________________

____

WEBSITE ______________________________

USERNAME ______________________________

PASSWORD ______________________________

NOTES ______________________________

____

WEBSITE ______________________________

USERNAME ______________________________

PASSWORD ______________________________

NOTES ______________________________

____

R

WEBSITE ______________________________

USERNAME ______________________________

PASSWORD ______________________________

NOTES ______________________________

____

WEBSITE ______________________________

USERNAME ______________________________

PASSWORD ______________________________

NOTES ______________________________

____

WEBSITE ______________________________

USERNAME ______________________________

PASSWORD ______________________________

NOTES ______________________________

____

S

WEBSITE ________________________________

USERNAME ________________________________

PASSWORD ________________________________

NOTES ________________________________

____

WEBSITE ________________________________

USERNAME ________________________________

PASSWORD ________________________________

NOTES ________________________________

____

WEBSITE ________________________________

USERNAME ________________________________

PASSWORD ________________________________

NOTES ________________________________

____

WEBSITE ______________________________

USERNAME ______________________________

PASSWORD ______________________________

NOTES ______________________________

____

WEBSITE ______________________________

USERNAME ______________________________

PASSWORD ______________________________

NOTES ______________________________

____

WEBSITE ______________________________

USERNAME ______________________________

PASSWORD ______________________________

NOTES ______________________________

____

S

WEBSITE ___________________________________

USERNAME _________________________________

PASSWORD _________________________________

NOTES ____________________________________

____

WEBSITE ___________________________________

USERNAME _________________________________

PASSWORD _________________________________

NOTES ____________________________________

____

WEBSITE ___________________________________

USERNAME _________________________________

PASSWORD _________________________________

NOTES ____________________________________

____

WEBSITE ______________________________

USERNAME ______________________________

PASSWORD ______________________________

NOTES ______________________________

____

WEBSITE ______________________________

USERNAME ______________________________

PASSWORD ______________________________

NOTES ______________________________

____

WEBSITE ______________________________

USERNAME ______________________________

PASSWORD ______________________________

NOTES ______________________________

____

T

WEBSITE ______________________________

USERNAME ______________________________

PASSWORD ______________________________

NOTES ______________________________

____

WEBSITE ______________________________

USERNAME ______________________________

PASSWORD ______________________________

NOTES ______________________________

____

WEBSITE ______________________________

USERNAME ______________________________

PASSWORD ______________________________

NOTES ______________________________

____

T

WEBSITE ______________________________

USERNAME ______________________________

PASSWORD ______________________________

NOTES ______________________________

____

WEBSITE ______________________________

USERNAME ______________________________

PASSWORD ______________________________

NOTES ______________________________

____

WEBSITE ______________________________

USERNAME ______________________________

PASSWORD ______________________________

NOTES ______________________________

____

T

WEBSITE ______________________

USERNAME ______________________

PASSWORD ______________________

NOTES ______________________

____

WEBSITE ______________________

USERNAME ______________________

PASSWORD ______________________

NOTES ______________________

____

WEBSITE ______________________

USERNAME ______________________

PASSWORD ______________________

NOTES ______________________

____

T

WEBSITE ______________________________

USERNAME ______________________________

PASSWORD ______________________________

NOTES ______________________________

____

WEBSITE ______________________________

USERNAME ______________________________

PASSWORD ______________________________

NOTES ______________________________

____

WEBSITE ______________________________

USERNAME ______________________________

PASSWORD ______________________________

NOTES ______________________________

____

U

WEBSITE ____________________________________

USERNAME ____________________________________

PASSWORD ____________________________________

NOTES ____________________________________

____

WEBSITE ____________________________________

USERNAME ____________________________________

PASSWORD ____________________________________

NOTES ____________________________________

____

WEBSITE ____________________________________

USERNAME ____________________________________

PASSWORD ____________________________________

NOTES ____________________________________

____

WEBSITE ____________________________________

USERNAME ____________________________________

PASSWORD ____________________________________

NOTES ____________________________________

____

WEBSITE ____________________________________

USERNAME ____________________________________

PASSWORD ____________________________________

NOTES ____________________________________

____

WEBSITE ____________________________________

USERNAME ____________________________________

PASSWORD ____________________________________

NOTES ____________________________________

____

U

WEBSITE ______________________________

USERNAME ______________________________

PASSWORD ______________________________

NOTES ______________________________

____

WEBSITE ______________________________

USERNAME ______________________________

PASSWORD ______________________________

NOTES ______________________________

____

WEBSITE ______________________________

USERNAME ______________________________

PASSWORD ______________________________

NOTES ______________________________

____

U

WEBSITE ____________________________________

USERNAME ___________________________________

PASSWORD ___________________________________

NOTES ______________________________________

____

WEBSITE ____________________________________

USERNAME ___________________________________

PASSWORD ___________________________________

NOTES ______________________________________

____

WEBSITE ____________________________________

USERNAME ___________________________________

PASSWORD ___________________________________

NOTES ______________________________________

____

V

WEBSITE ________________________________

USERNAME ______________________________

PASSWORD ______________________________

NOTES __________________________________

____

WEBSITE ________________________________

USERNAME ______________________________

PASSWORD ______________________________

NOTES __________________________________

____

WEBSITE ________________________________

USERNAME ______________________________

PASSWORD ______________________________

NOTES __________________________________

____

WEBSITE ______________________________

USERNAME ______________________________

PASSWORD ______________________________

NOTES ______________________________

____

WEBSITE ______________________________

USERNAME ______________________________

PASSWORD ______________________________

NOTES ______________________________

____

WEBSITE ______________________________

USERNAME ______________________________

PASSWORD ______________________________

NOTES ______________________________

____

V

WEBSITE ______________________________

USERNAME ______________________________

PASSWORD ______________________________

NOTES ______________________________

____

WEBSITE ______________________________

USERNAME ______________________________

PASSWORD ______________________________

NOTES ______________________________

____

WEBSITE ______________________________

USERNAME ______________________________

PASSWORD ______________________________

NOTES ______________________________

____

WEBSITE ________________________________

USERNAME ________________________________

PASSWORD ________________________________

NOTES ________________________________

____

WEBSITE ________________________________

USERNAME ________________________________

PASSWORD ________________________________

NOTES ________________________________

____

WEBSITE ________________________________

USERNAME ________________________________

PASSWORD ________________________________

NOTES ________________________________

____

WEBSITE ________________________________

USERNAME ______________________________

PASSWORD ______________________________

NOTES ________________________________

____

WEBSITE ________________________________

USERNAME ______________________________

PASSWORD ______________________________

NOTES ________________________________

____

WEBSITE ________________________________

USERNAME ______________________________

PASSWORD ______________________________

NOTES ________________________________

____

WEBSITE ______________________________

USERNAME ______________________________

PASSWORD ______________________________

NOTES ______________________________

____

WEBSITE ______________________________

USERNAME ______________________________

PASSWORD ______________________________

NOTES ______________________________

____

WEBSITE ______________________________

USERNAME ______________________________

PASSWORD ______________________________

NOTES ______________________________

____

WEBSITE ______________________________

USERNAME ______________________________

PASSWORD ______________________________

NOTES ______________________________

____

WEBSITE ______________________________

USERNAME ______________________________

PASSWORD ______________________________

NOTES ______________________________

____

WEBSITE ______________________________

USERNAME ______________________________

PASSWORD ______________________________

NOTES ______________________________

____

WEBSITE ______________________________

USERNAME ______________________________

PASSWORD ______________________________

NOTES ______________________________

____

WEBSITE ______________________________

USERNAME ______________________________

PASSWORD ______________________________

NOTES ______________________________

____

WEBSITE ______________________________

USERNAME ______________________________

PASSWORD ______________________________

NOTES ______________________________

____

WEBSITE ___________________________

USERNAME ___________________________

PASSWORD ___________________________

NOTES ___________________________

____

WEBSITE ___________________________

USERNAME ___________________________

PASSWORD ___________________________

NOTES ___________________________

____

WEBSITE ___________________________

USERNAME ___________________________

PASSWORD ___________________________

NOTES ___________________________

____

WEBSITE ______________________________

USERNAME ______________________________

PASSWORD ______________________________

NOTES ______________________________

____

WEBSITE ______________________________

USERNAME ______________________________

PASSWORD ______________________________

NOTES ______________________________

____

WEBSITE ______________________________

USERNAME ______________________________

PASSWORD ______________________________

NOTES ______________________________

____

WEBSITE ________________________________

USERNAME ________________________________

PASSWORD ________________________________

NOTES ________________________________

____

WEBSITE ________________________________

USERNAME ________________________________

PASSWORD ________________________________

NOTES ________________________________

____

WEBSITE ________________________________

USERNAME ________________________________

PASSWORD ________________________________

NOTES ________________________________

____

X

WEBSITE ______________________________

USERNAME ______________________________

PASSWORD ______________________________

NOTES ______________________________

____

WEBSITE ______________________________

USERNAME ______________________________

PASSWORD ______________________________

NOTES ______________________________

____

WEBSITE ______________________________

USERNAME ______________________________

PASSWORD ______________________________

NOTES ______________________________

____

Y

WEBSITE ______________________________

USERNAME ______________________________

PASSWORD ______________________________

NOTES ______________________________

____

WEBSITE ______________________________

USERNAME ______________________________

PASSWORD ______________________________

NOTES ______________________________

____

WEBSITE ______________________________

USERNAME ______________________________

PASSWORD ______________________________

NOTES ______________________________

____

Y

WEBSITE ______________________

USERNAME ______________________

PASSWORD ______________________

NOTES ______________________

____

WEBSITE ______________________

USERNAME ______________________

PASSWORD ______________________

NOTES ______________________

____

WEBSITE ______________________

USERNAME ______________________

PASSWORD ______________________

NOTES ______________________

____

Y

WEBSITE ________________________________

USERNAME ________________________________

PASSWORD ________________________________

NOTES ________________________________

____

WEBSITE ________________________________

USERNAME ________________________________

PASSWORD ________________________________

NOTES ________________________________

____

WEBSITE ________________________________

USERNAME ________________________________

PASSWORD ________________________________

NOTES ________________________________

____

WEBSITE ______________________________

USERNAME ______________________________

PASSWORD ______________________________

NOTES ______________________________

____

WEBSITE ______________________________

USERNAME ______________________________

PASSWORD ______________________________

NOTES ______________________________

____

WEBSITE ______________________________

USERNAME ______________________________

PASSWORD ______________________________

NOTES ______________________________

____

Z

WEBSITE ____________________

USERNAME ____________________

PASSWORD ____________________

NOTES ____________________

____

WEBSITE ____________________

USERNAME ____________________

PASSWORD ____________________

NOTES ____________________

____

WEBSITE ____________________

USERNAME ____________________

PASSWORD ____________________

NOTES ____________________

____

Z

WEBSITE ____________________

USERNAME ____________________

PASSWORD ____________________

NOTES ____________________

____

WEBSITE ____________________

USERNAME ____________________

PASSWORD ____________________

NOTES ____________________

____

WEBSITE ____________________

USERNAME ____________________

PASSWORD ____________________

NOTES ____________________

____

Z

WEBSITE ____________________

USERNAME ____________________

PASSWORD ____________________

NOTES ____________________

____

WEBSITE ____________________

USERNAME ____________________

PASSWORD ____________________

NOTES ____________________

____

WEBSITE ____________________

USERNAME ____________________

PASSWORD ____________________

NOTES ____________________

____

WEBSITE ______________________________

USERNAME ______________________________

PASSWORD ______________________________

NOTES ______________________________

____

WEBSITE ______________________________

USERNAME ______________________________

PASSWORD ______________________________

NOTES ______________________________

____

WEBSITE ______________________________

USERNAME ______________________________

PASSWORD ______________________________

NOTES ______________________________

____

WEBSITE ______________________________

USERNAME ______________________________

PASSWORD ______________________________

NOTES ______________________________

____

WEBSITE ______________________________

USERNAME ______________________________

PASSWORD ______________________________

NOTES ______________________________

____

WEBSITE ______________________________

USERNAME ______________________________

PASSWORD ______________________________

NOTES ______________________________

____

WEBSITE ______________________________

USERNAME ______________________________

PASSWORD ______________________________

NOTES ______________________________

____

WEBSITE ______________________________

USERNAME ______________________________

PASSWORD ______________________________

NOTES ______________________________

____

WEBSITE ______________________________

USERNAME ______________________________

PASSWORD ______________________________

NOTES ______________________________

____

WEBSITE ______________________________

USERNAME ______________________________

PASSWORD ______________________________

NOTES ______________________________

____

WEBSITE ______________________________

USERNAME ______________________________

PASSWORD ______________________________

NOTES ______________________________

____

WEBSITE ______________________________

USERNAME ______________________________

PASSWORD ______________________________

NOTES ______________________________

____

Made in the USA
Coppell, TX
05 February 2022